Impressum
Verlag: BABADADA GmbH, Nedderfeld 112 , 22529 Hamburg
Geschäftsführer / Verlagsleitung: Harald Hof
Druck: Books on Demand GmbH, In de Tarpen 42, 22848 Norderstedt

Imprint
Publisher: BABADADA GmbH, Nedderfeld 112 , 22529 Hamburg, Germany
Managing Director / Publishing direction: Harald Hof
Print: Books on Demand GmbH, In de Tarpen 42, 22848 Norderstedt, Germany

škola
trường học

škola - trường học

dělit / chia

186/2

tabule / bảng viết

třída / phòng học

školní hřiště / sân trường

učitel / giáo viên

papír / giấy

pero / cây bút

psací stůl / bàn làm việc

pravítko / cây thước

kniha / sách

psát / viết

žák / học sinh

aktovka

cặp đeo vai học sinh

penál

hộp đựng bút

tužka

bút chì

ořezávátko

cái gọt bút chì

guma

cục tẩy

blok na kreslení

tập giấy vẽ

výkres

bản vẽ

štětec

cọ vẽ

malířské potřeby

hộp mực vẽ

nůžky

cây kéo

lepidlo

keo dán

cvičebnice

sách bài tập

domácí úkol

bài tập ở nhà

počet

số

sčítat

cộng

odčítat

trừ

násobit

nhân

počítat

tính toán

písmeno

chữ cái

ABCDEFG
HIJKLMN
OPQRSTU
VWXYZ

abeceda

bảng chữ cái

hello

slovo

từ

text

văn bản

číst

đọc

křída

phấn viết

hodina

bài học

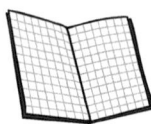

třídní kniha

sổ lớp

zkouška

thi kiểm tra

vysvědčení

chứng chỉ

školní uniforma

đồng phục học sinh

vzdělání

giáo dục

encyklopedie

từ điển bách khoa

univerzita

đại học

mikroskop

kính hiển vi

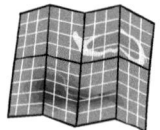

karta

bản đồ

odpadkový koš na papír

thùng rác giấy

cesta
du lịch

hotel
khách sạn
Grand
ubytovna
nhà trọ
ROOMS
směnárna
quầy đổi tiền
CHANGE
kufr
va li
auto
xe ô tô

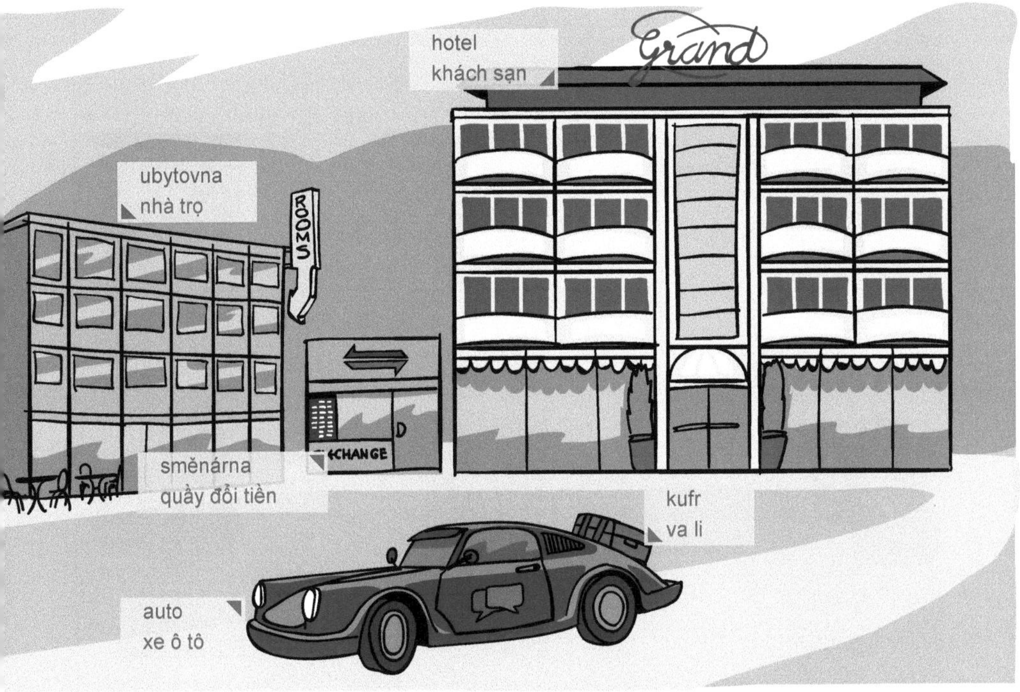

jazyk

ngôn ngữ

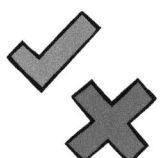

ano / ne

có / không

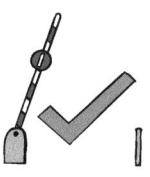

oukej

ô kê

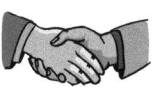

Ahoj!

Xin chào

překladatel

thông dịch viên

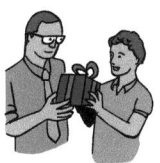

děkuji

cám ơn

Kolik stojí...?

... bao nhiêu tiều?

nerozumím

tôi không hiểu

problém

vấn đề

Dobrý večer!

Xin chào! (buổi tối)

Dobré ráno!

xin chào! (buổi sáng)

Dobrou noc!

chúc ngủ ngon!

na shledanou

tạm biệt

směr

hướng đi

zavazadlo

hành lý

taška

túi xách

batoh

túi ba lô

host

khách

pokoj

phòng

spací pytel

túi ngủ

stan

lều

turistické informace

thông tin du lịch

pláž

bãi biển

kreditní karta

thẻ tín dụng

snídaně

ăn sáng

oběd

ăn trưa

večeře

ăn tối

jízdenka

vé xe

výtah

thang máy

poštovní známka

tem bưu điện

hranice

biên giới

clo

hải quan

poselství

đại sứ quán

vízum

thị thực

pas

hộ chiếu

transport
vận chuyển

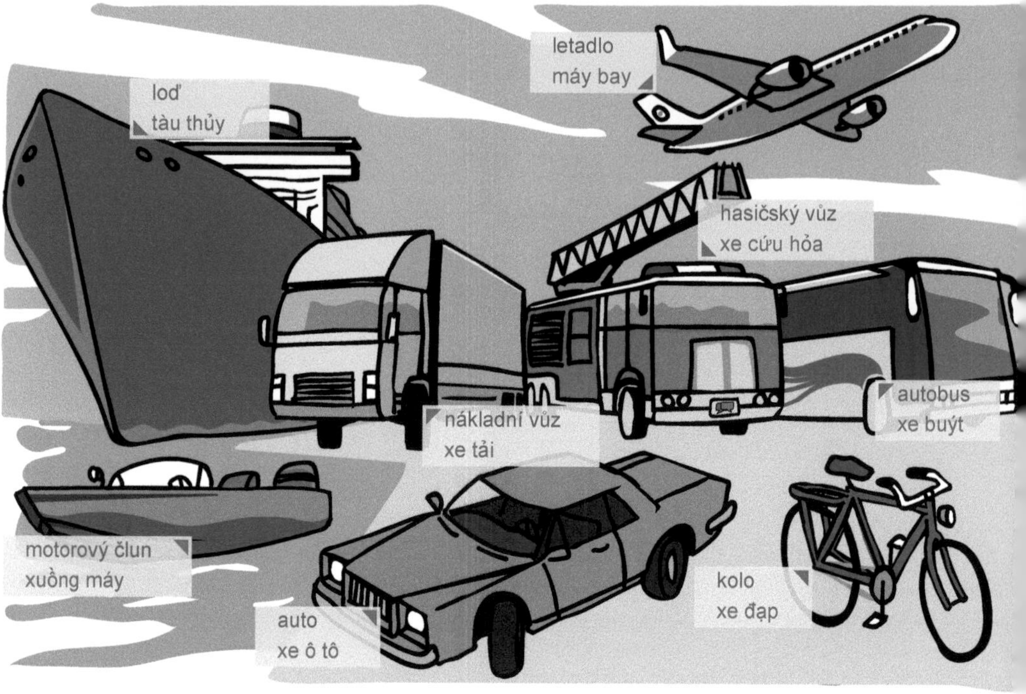
letadlo
máy bay
loď
tàu thủy
hasičský vůz
xe cứu hỏa
autobus
xe buýt
nákladní vůz
xe tải
motorový člun
xuồng máy
kolo
xe đạp
auto
xe ô tô

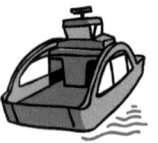

přívoz

phà

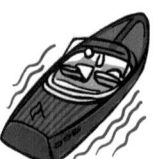

člun

xuồng

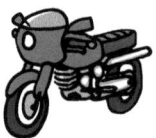

motorka

xe máy

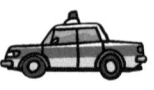

policejní auto

xe cảnh sát

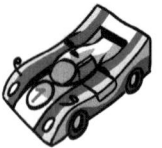

závodní auto

xe đua

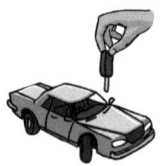

pronajaté auto

xe cho thuê

sdílení aut

dịch vụ thuê xe tự lái

odtahová služba

xe kéo cứu hộ

popelářský vůz

xe rác

motor

động cơ

palivo

xăng

čerpací stanice

trạm xăng

dopravní značka

biển báo giao thông

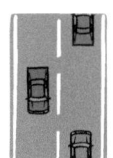

doprava

giao thông

dopravní zácpa

ách tắc giao thông

parkoviště

bãi đậu xe

vlakové nádraží

nhà ga

koleje

đường ray

vlak

xe lửa

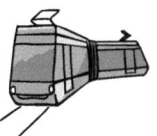

tramvaj

tàu điện

vagón

toa xe

helikoptéra
máy bay trực thăng

letiště
sân bay

věž
tháp

pasažér
hành khách

kontejner
côngtenơ

kartón
thùng các-tông

trakař
xe đẩy

koš
cái giỏ

vzlétnout / přistát
cất cánh / hạ cánh

město
thành phố

vesnice
làng

střed města
trung tâm thành phố

dům
nhà

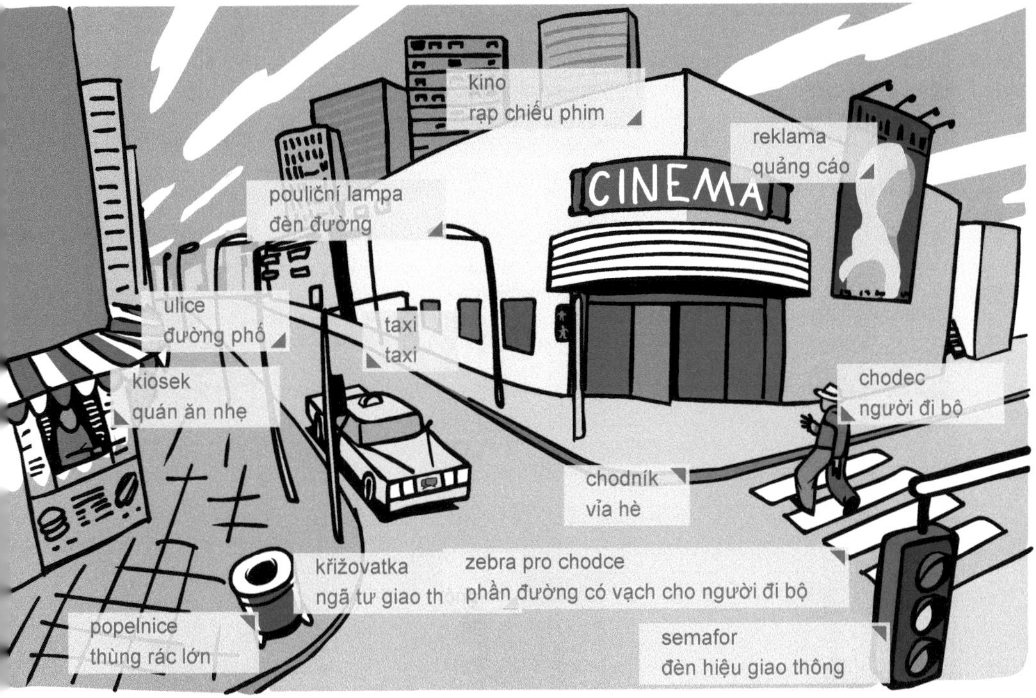

kino
rạp chiếu phim

reklama
quảng cáo

pouliční lampa
đèn đường

CINEMA

ulice
đường phố

taxi
taxi

chodec
người đi bộ

kiosek
quán ăn nhẹ

chodník
vỉa hè

křižovatka
ngã tư giao th

zebra pro chodce
phần đường có vạch cho người đi bộ

popelnice
thùng rác lớn

semafor
đèn hiệu giao thông

chata
....
nhà chòi

byt
....
căn hộ

vlakové nádraží
....
nhà ga

radnice
....
tòa thị chính

muzeum
....
viện bảo tàng

škola
....
trường học

univerzita

đại học

banka

ngân hàng

nemocnice

bệnh viện

hotel

khách sạn

lékárna

hiệu thuốc

kancelář

văn phòng

knihkupectví

hiệu sách

obchod

cửa hiệu

květinářství

cửa hiệu bán hoa

supermarket

siêu thị

tržnice

chợ

obchodní dům

cửa hàng bách hóa

rybárna

người bán cá

nákupní centrum

trung tâm mua bán

přístav

bến cảng

park
công viên

lavička
ghế băng

most
cầu

schody
cầu thang

metro
tàu điện ngầm

tunel
đường hầm

autobusová zastávka
trạm xe buýt

bar
quán bar

restaurace
khách sạn

poštovní schránka
hòm thư công cộng

pouliční tabule
bảng hiệu đường

parkovací hodiny
đồng hồ đậu xe

zoo
vườn bách thú

plovárna
bể bơi

mešita
nhà thờ Hồi giáo

usedlost
......
nông trại

znečišťování životního
prostředí
......
ô nhiễm môi trường

hřbitov
......
nghĩa trang

církev
......
nhà thờ

hřiště
......
sân chơi

chrám
......
ngôi đền

krajina
phong cảnh

list
lá cây

rozcestník
bảng chỉ đường

cesta
lối đi

louka
bãi cỏ

kámen
hòn đá

turista
người đi bộ đường dài

strom
cây

řeka
sông

tráva
cỏ

květina
bông hoa

údolí

thung lũng

hora

đồi

jezero

hồ nước

les

rừng

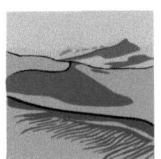

poušť

sa mạc

sopka

núi lửa

zámek

lâu đài

duha

cầu vồng

houba

nấm

palma

cây cọ

komár

con muỗi

moucha

con ruồi

mravenec

con kiến

včela

con ong

pavouk

con nhện

brouk

bọ cánh cứng

žába

con ếch

veverka

con sóc

ježek

con nhím

zajíc

con thỏ

sova

con cú

pták

con chim

labuť

thiên nga

divoké prase

heo rừng

jelen

con hươu

los

nai sừng tấm

přehrada

đê

větrné kolo

tuabin gió

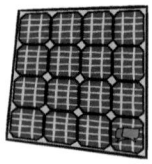

solární panel

tấm năng lượng mặt trời

podnebí

khí hậu

číšník
bồi bàn

jídelní lístek
thực đơn

židle
ghế

polévka
súp

pizza
bánh pizza

příbor
bộ dao nĩa ăn

ubrus
khăn trải bàn

předkrm
món ăn khai vị

hlavní chod
món ăn chính

dezert
món tráng miệng

nápoje
thức uống

jídlo
thức ăn

láhev
cái chai

rychlé občerstvení

thức ăn nhanh

pouliční občerstvení

thức ăn đường phố

čajová konvice

ấm trà

cukřenka

hộp đường

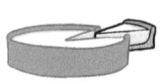

porce

khẩu phần

kávovar na espresso

máy pha espresso

dětská stolička

ghế cao

faktura

hóa đơn

tác

khay

nůž

dao

vidlička

nĩa

lžíce

thìa

čajová lyžička

thìa uống trà

ubrousek

khăn ăn

sklenička

cốc thủy tinh

talíř
....
đĩa

talíř na polévku
....
đĩa súp

podšálek
....
đĩa lót cốc

omáčka
....
nước sốt

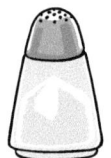

slánka
....
lọ muối

mlýnek na pepř
....
cái xay tiêu

ocet
....
giấm

olej
....
dầu

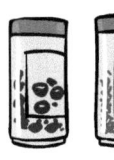

koření
....
gia vị

kečup
....
nước xốt cà chua

hořčice
....
tương hạt cải

majonéza
....
nước sốt mayonnaise

supermarket
siêu thị

nabídka
chào giá đặc biệt
FOR
zákazník
khách hàng
mléčné výrobky
sản phẩm từ sữa
ovoce
trái cây
nákupní vozík
xe đẩy mua sắm

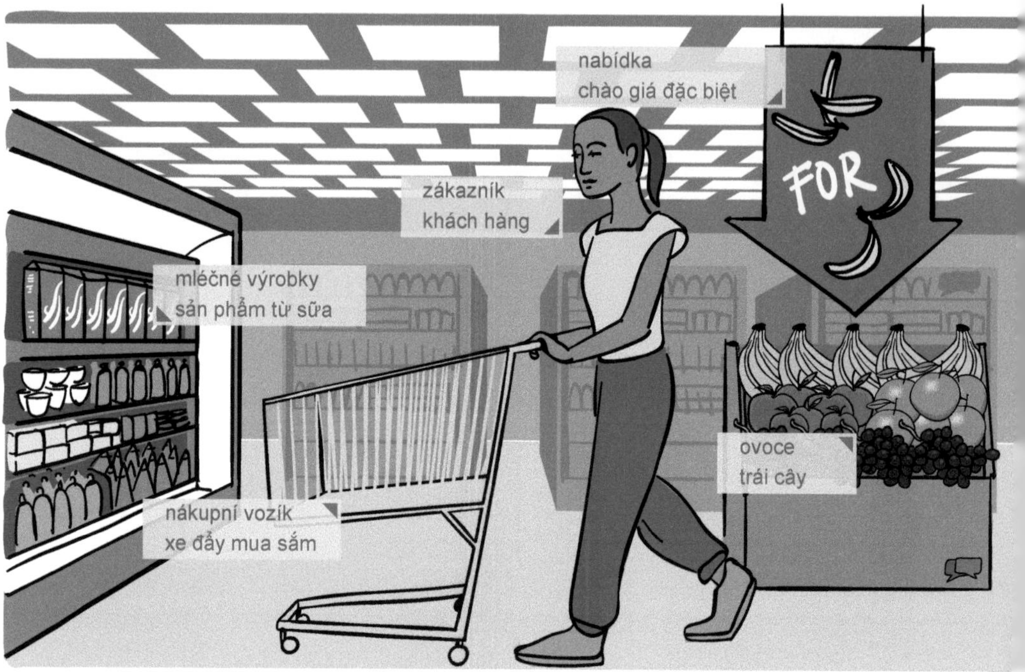

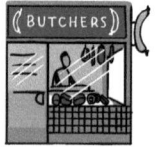

BUTCHERS

masna
lò mổ

BAKERY

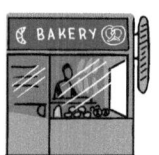

pekařství
cửa hiệu bán bánh mì

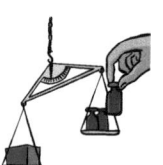

vážit
cân nặng

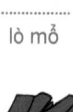

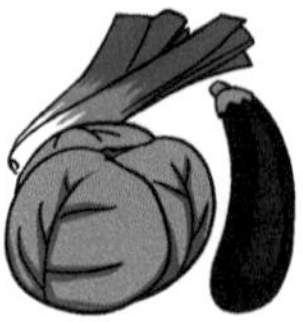

zelenina
rau quả

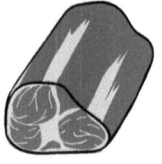

maso
thịt

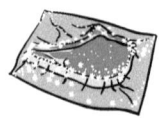

mražené potraviny
thức ăn đông lạnh

obložený talíř

lát thịt nguội

konzervy

đồ hộp

prací prášek

bột giặt

cukrovinky

đồ ngọt

výrobky pro domácnost

sản phẩm dùng trong gia đình

čisticí prostředek

chất tẩy rửa

prodavačka

người bán hàng

pokladna

quầy trả tiền

pokladní

nhân viên thu ngân

nákupní seznam

danh sách mua sắm

otevírací doba

giờ mở cửa

peněženka

ví tiền

kreditní karta

thẻ tín dụng

taška

túi đeo

igelitová taška

túi ny lông

voda

nước

džus

nước quả ép

mléko

sữa

kola

coca-cola

víno

rượu vang

pivo

bia

alkohol

cồn

kakao

cacao

čaj

trà

káva

cà phê

espresso

espresso

kapučíno

cappuccino

banán

chuối

jablko

quả táo

pomeranč

quả cam

meloun

dưa hấu

citrón

chanh

mrkev

cà rốt

česnek

tỏi

bambus

tre

cibule

củ hành

houba

nấm

ořechy

hạt dẻ

těstoviny

mì

špageti

mì spaghetti

rýže

cơm

salát

xà lách

hranolky

khoai tây chiên

americké brambory

khoai tây chiên

pizza

bánh pizza

hamburger

bánh hamburger

sendvič

bánh mì sandwich

řízek

thịt côtlet

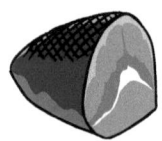

šunka

thịt giăm bông

salám

xúc xích

salám

dồi

kuře

gà

pečeně

rán

ryby

cá

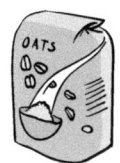

ovesné vločky

cháo yến mạch

müsli

cháo muesli

vločky

bánh bột ngô nướng

mouka

bột mì

croissant

bánh sừng bò

houska

bánh mì

chléb

bánh mì

toast

bánh mì nướng

sušenky

bánh bích quy

máslo

bơ

tvaroh

sữa đông

buchta

bánh ngọt

vejce

trứng

volské oko

trứng rán

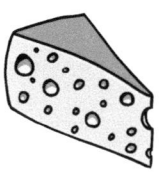

sýr

pho mát

zmrzlina
kem

cukr
đường

med
mật ong

marmeláda
mứt

nugátový krém
kem nougat

kari
cà ri

usedlost
nông trại

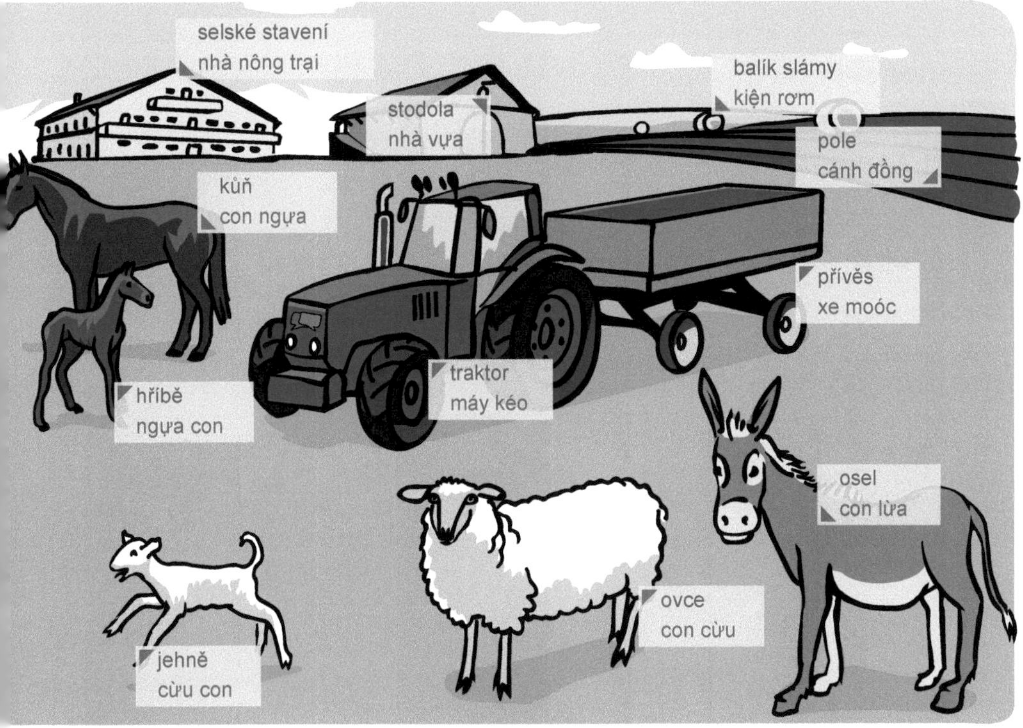
selské stavení
nhà nông trại
balík slámy
kiện rơm
stodola
nhà vựa
pole
cánh đồng
kůň
con ngựa
přívěs
xe moóc
traktor
máy kéo
hříbě
ngựa con
osel
con lừa
ovce
con cừu
jehně
cừu con

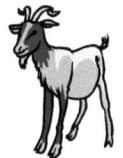

koza
con dê

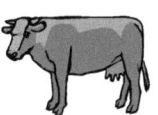

kráva
con bò

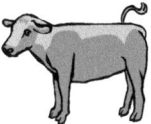

tele
con bê

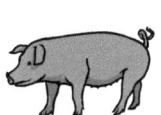

prase
con lợn

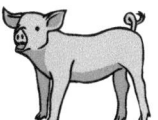

sele
lợn con

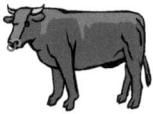

býk
bò đực

husa

con ngỗng

kachna

con vịt

kuře

gà con

slepice

gà mái

kohout

gà trống

krysa

con chuột

kočka

mèo

myš

chuột nhắt

vůl

bò đực

pes

con chó

psí bouda

nhà chuồng chó

zahradní hadice

ống tưới vườn cây

kropicí konev

thùng tưới cây

kosa

lưỡi hái

pluh

cái cày

srp

cái liềm

motyka

cái cuốc

vidle

cái chĩa

sekera

cái rìu

kolecko

xe cút kít

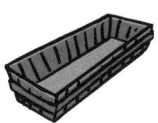

koryto

máng ăn

konev na mléko

lọ sữa

pytel

bao tải

plot

hàng rào

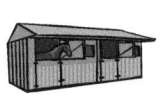

stáj

chuồng

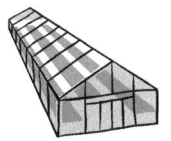

skleník

nhà kính trồng cây

půda

đất trồng

osivo

hạt giống

hnojivo

phân bón

kombajn

máy gặt đập liên hợp

sklidit

thu hoạch

sklizeň

mùa thu hoạch

smldinec

khoai lang

pšenice

lúa mì

sója

đậu nành

brambora

khoai tây

kukuřice

ngô

řepka

hạt cải dầu

ovocný strom

cây ăn trái

maniok

sắn

obilí

ngũ cốc

komín
ống khói

střecha
mái nhà

okap
ống máng mước mưa

okno
cửa sổ

garáž
ga ra

zvonek
chuông cửa

dveře
cửa

popelnice
thùng rác

dopisní schránka
hòm thư

zahrada
vườn

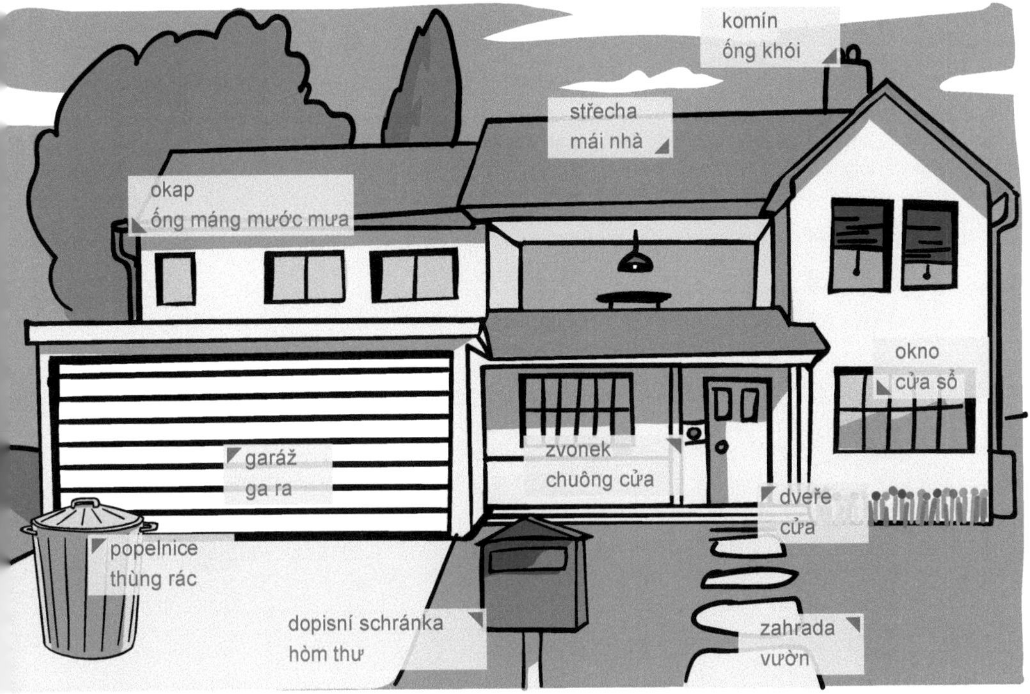

obývací pokoj

phòng khách

koupelna

phòng tắm

kuchyně

bếp

ložnice

phòng ngủ

dětský pokoj

phòng trẻ em

jídelna

phòng ăn

dům - nhà

31

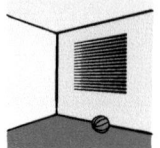

podlaha

nền nhà

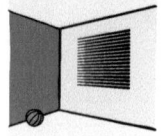

zeď

tường

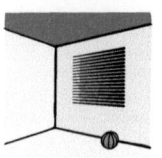

deka

trần nhà

sklep

tầng hầm

sauna

tắm hơi

balkón

ban công

terasa

sân hiên

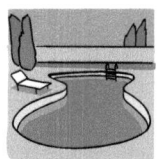

bazén

bể bơi

sekačka na trávu

máy cắt cỏ

ložní prádlo

khăn trải giường

lůžková přikrývka

khăn trải giường

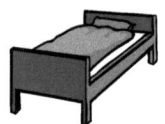

postel

giường

smeták

chổi

kýbl

cái xô

vypínač

công tắc điện

obývací pokoj

phòng khách

tapeta
giấy dán tường
obrázek
hình ảnh
žárovka
đèn
police
cái kệ
skříň
tủ
televizor
ti vi
komín
lò sưởi
květina
bông hoa
polštář
gối
gauč
ghế sofa
váza
bình hoa
dálkový ovladač
điều khiển từ xa

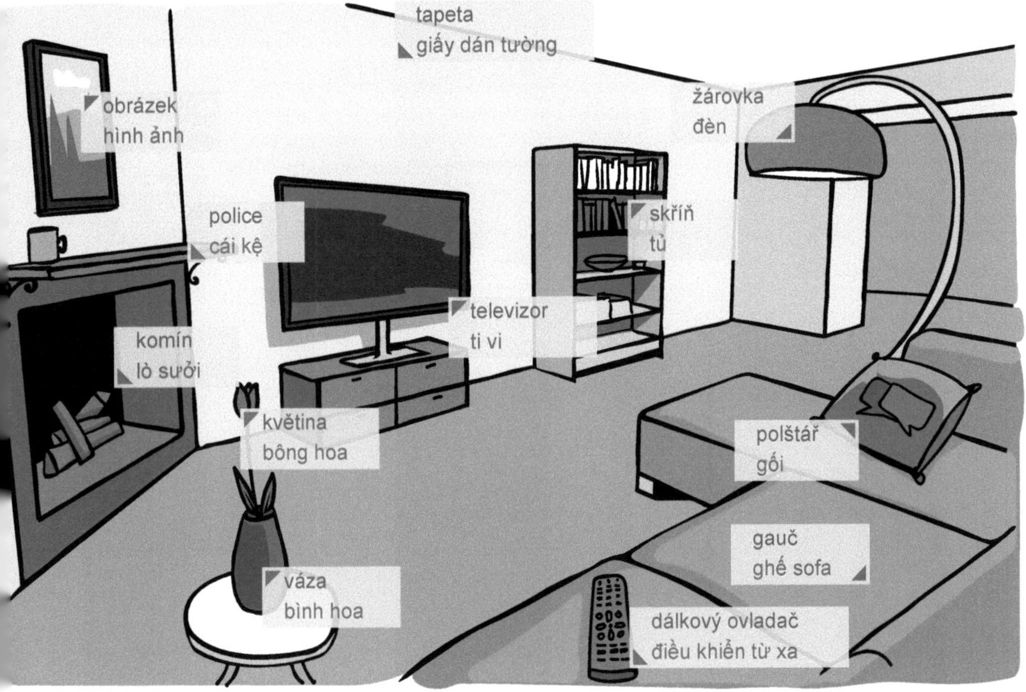

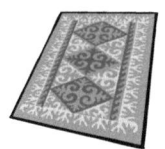

koberec

thảm

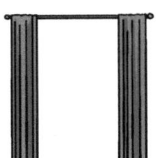

závěs

rèm

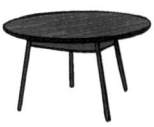

stůl

cái bàn

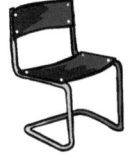

židle

ghế

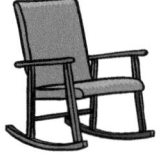

houpací křeslo

ghế bập bênh

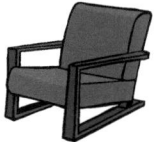

křeslo

ghế bành

kniha

sách

strop

cái chăn

ozdoba

đồ trang trí

palivové dříví

củi

film

phim

stereo souprava

máy hi-fi

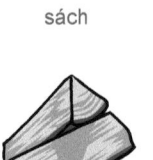

klíč

chìa khóa

noviny

báo

malba

bức tranh

plakát

áp phích

rádio

radio

poznámkový blok

sổ ghi chép

vysavač

máy hút bụi

kaktus

cây xương rồng

svíce

cây nến

kuchyně
bếp

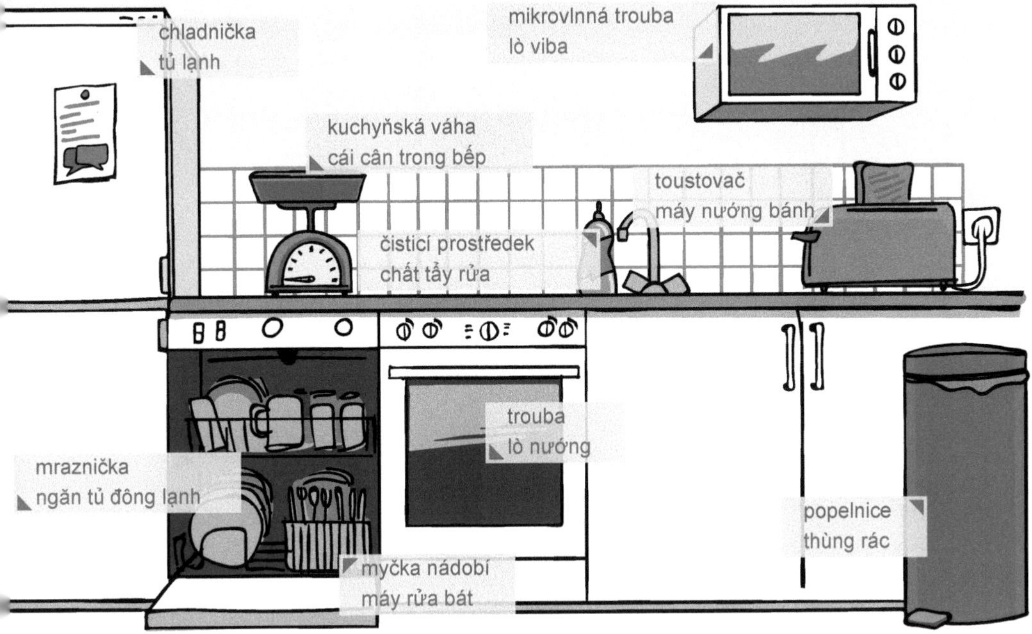

chladnička
tủ lạnh
mikrovlnná trouba
lò viba
kuchyňská váha
cái cân trong bếp
toustovač
máy nướng bánh
čisticí prostředek
chất tẩy rửa
trouba
lò nướng
mraznička
ngăn tủ đông lạnh
popelnice
thùng rác
myčka nádobí
máy rửa bát

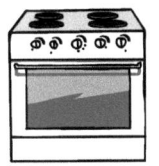

sporák
lò nấu

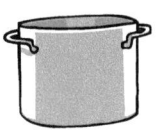

hrnec
nồi

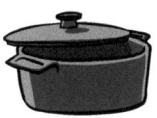

litinový hrnec
nồi sắt

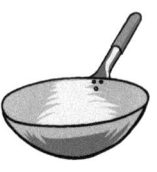

wok / kadai
chảo

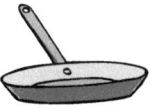

pánev
chảo

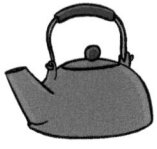

varná konvice
ấm đun nước

parní hrnec

nồi đun hơi

plech na pečení

khay lò nướng

nádobí

bát đĩa

hrnek

cốc

miska

cái bát

jídelní hůlky

đũa

naběračka

cái vá

obracečka

bàn xẻng

metla

que đánh kem

síto

rây dùng trong bếp

cedník

cái rây lọc

struhadlo

cái nạo

hmoždíř

vữa

gril

vỉ nướng

ohniště

ngọn lửa trần

prkénko na krájení

cái thớt

váleček na těsto

trục cán bột

vývrtka

cái mở nút chai

dóza

vỏ đồ hộp

otvírák na konzervy

cái mở vỏ đồ hộp

chňapka

miếng nhấc nồi

umyvadlo

bồn rửa bát

kartáč na nádobí

bàn chải

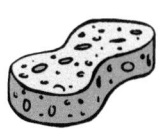

houba

miếng xốp

mixér

máy xay

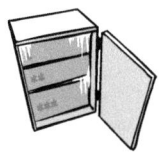

mrazák

tủ đông lạnh

dětská lahev

bình sữa cho trẻ sơ sinh

kohoutek

vòi nước

koupelna
phòng tắm

topení
lò sưởi
ručník
khăn lau
sprcha
vòi hoa sen
sprchový závěs
rèm che ngăn tắm
pěnová koupel
tắm bọt
vana
bồn tắm
sklenička
cốc thủy tinh
pračka
máy giặt
kohoutek
vòi nước
obkladačky
gạch lát
nočník
cái bô
umyvadlo
bồn rửa bát

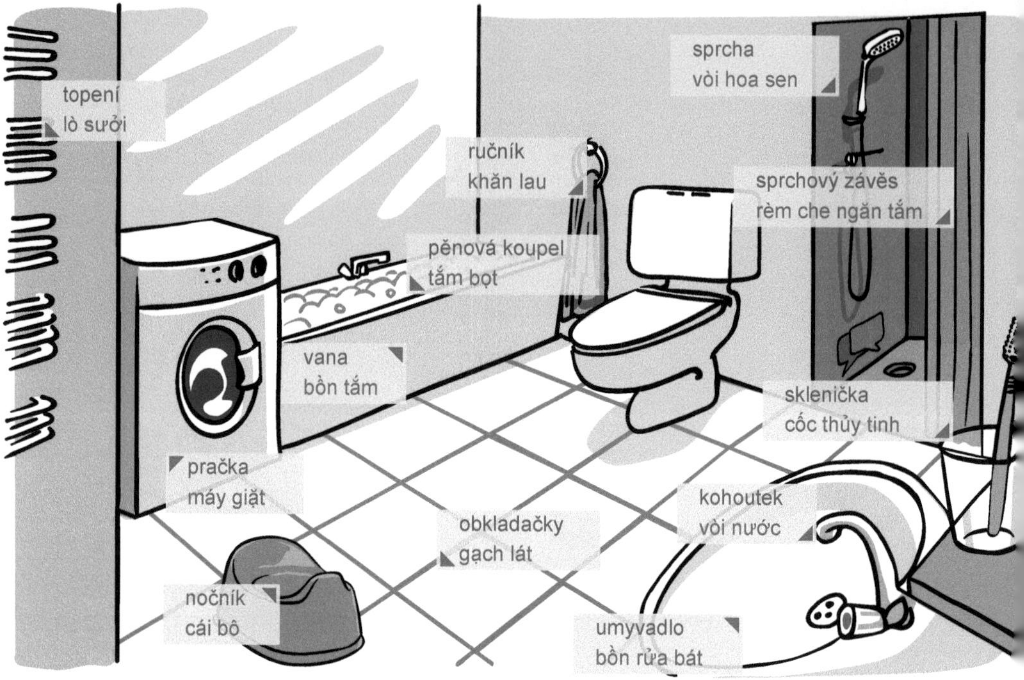

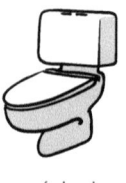

záchod

bồn cầu

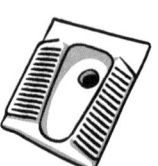

turecký záchod

bồn cầu ngồi xổm

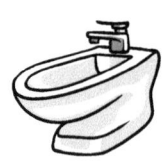

bidet

bồn rửa hậu môn

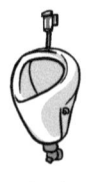

pisoár

bồn tiểu tiện

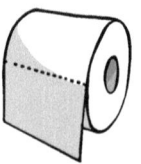

toaletní papír

giấy vệ sinh

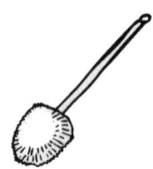

záchodová štětka

bàn chải cọ bồn cầu

zubní kartáček

bàn chải đánh răng

zubní pasta

kem đánh răng

zubní niť

chỉ nha khoa

mýt

rửa

ruční sprcha

vòi sen cầm tay

intimní sprcha

vòi rửa hậu môn

umyvadlo

bồn rửa

kartáč na záda

bàn chải cọ lưng

mýdlo

xà phòng

sprchový gel

sữa tắm

šampón

dầu gội

žínka

khăn cọ để tắm

odpad

lỗ thoát nước

krém

kem

deodorant

chất khử mùi

zrcadlo

gương

kosmetické zrcátko

gương tay

holicí strojek

dao cạo râu

pěna na holení

kem cạo râu

voda po holení

nước thơm dùng sau khi
cạo râu

hřeben

cái lược

kartáč

bàn chải

fén

máy xấy tóc

lak na vlasy

keo xịt tóc

makeup

đồ trang điểm

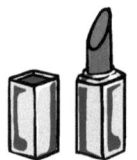

rtěnka

thỏi son môi

lak na nehty

sơn bôi móng

vata

bông

nůžky na nehty

kéo cắt móng

parfém

nước hoa

aška s toaletními potřebami

túi đựng đồ tắm

stolička

ghế đẩu

váha

cái cân

župan

áo choàng tắm

gumové rukavice

găng tay làm vệ sinh

tampón

nút gạc

dámská vložka

băng vệ sinh

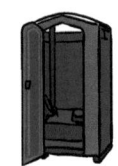

chemická toaleta

nhà vệ sinh hóa chất

dětský pokoj
phòng trẻ em

budík
đồng hồ báo thức
plyšová hračka
thú bông
autíčko
xe đồ chơi
chrastítko
cái lúc lắc
domeček pro panenky
nhà búp bê
dárek
món quà

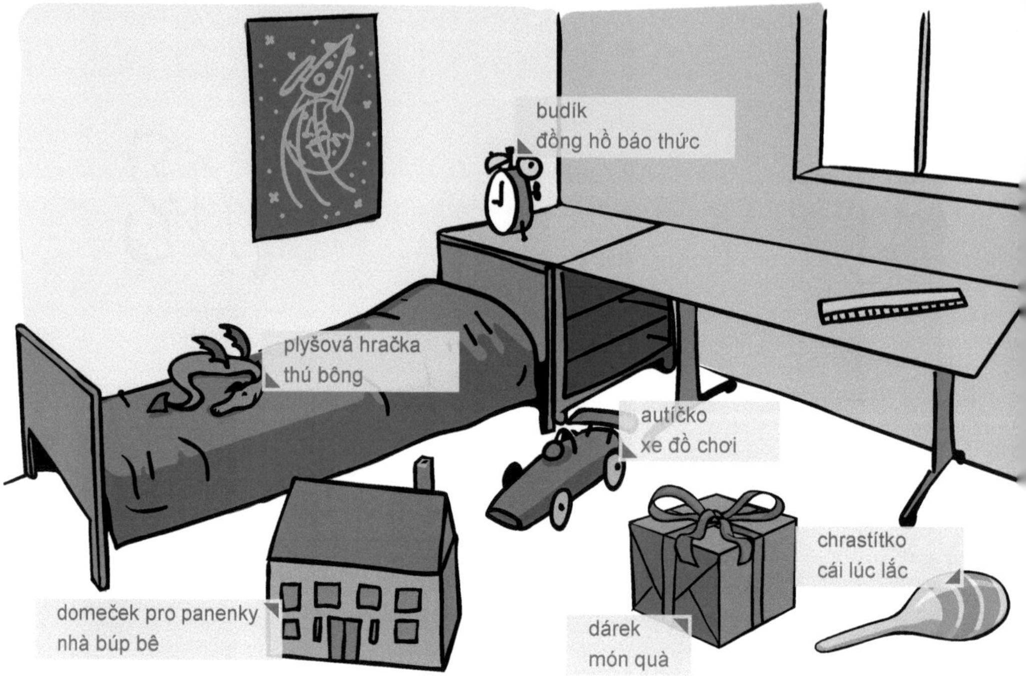

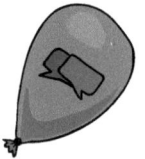

balón

bong bóng

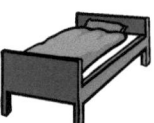

postel

giường

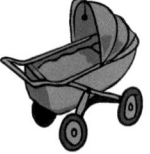

kočárek

xe nôi

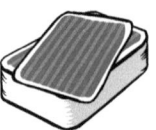

balíček karet

trò chơi bài

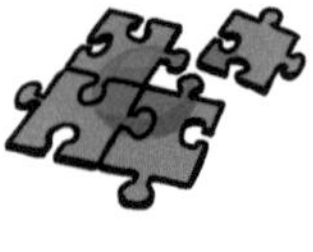

puzzle

trò chơi ghép hình

komiks

truyện tranh

lego kostky

gạch Lego

stavebnice

khối xếp hình

akční figurka

nhân vật hành động

dupačky

o liền quần cho trẻ sơ sinh

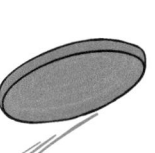

frisbee

đĩa nhựa để ném

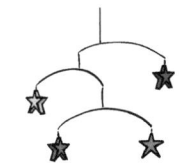

závěsné hračky nad postýlku

đồ chơi treo trên giường

desková hra

trò chơi cờ bàn

kostky

xúc xắc

modelová železnice

đồ chơi xe lửa mô hình

dudlík

ti giả

oslava

buổi tiệc

obrázková kniha

sách tranh

míč

quả bóng

panenka

búp bê

hrát si

chơi

pískoviště

hố cát

houpačka

cái đu

hračky

đồ chơi

hrací konzole

máy chơi game cầm tay

tříkolka

xe ba bánh

medvídek

gấu bông

šatník

tủ quần áo

oblečení

y phục

ponožky

bít tất

punčochy

bít tất dài

punčochové kalhoty

quần tất

šála
khăn choàng cổ

deštník
ô che mưa

tričko
áp phông

pásek
dây thắt lưng

kozačky
ủng

domácí obuv
dép đi trong nhà

tenisky
giày sneaker

sandály
dép xăng đan

obuv
giày

holínky
ủng cao su

spodní prádlo
quần lót

podprsenka
áo ngực

nátělník
áo vest

body

áo ôm sát cơ thể

kalhoty

quần dài

džíny

quần bò

sukně

váy

blůza

áo cánh

košile

áo sơ mi

svetr

áo len chui đầu

mikina

áo len

blejzr

áo blazer

bunda

áo jacket

kabát

áo khoác

pláštěnka

áo mưa

kostým

trang phục

šaty

áo váy

svatební šaty

áo cưới

oblek

bộ com lê

noční košile

áo ngủ

pyžamo

pijama

sárí

trang phục sari

šátek na hlavu

khăn trùm đầu

turban

khăn đội đầu

burka

áo burka

kaftan

áo captan

abája

áo aba

plavky

quần áo bơi

pánské plavky

quần bơi

kraťasy

quần đùi

teplaková souprava

quần áo tracksuit

zástěra

tạp dề

rukavice

găng tay

knoflík

cái cúc

brýle

kính mắt

náramek

vòng đeo tay

náhrdelník

vòng cổ

prsten

nhẫn

náušnice

hoa tai

čepice

mũ lưỡi trai

ramínko

cái mắc treo áo quần

klobouk

mũ

kravata

cà vạt

zip

dây kéo phéc mơ tuya

helma

mũ bảo hiểm

kšandy

dây đeo quần

školní uniforma

đồng phục học sinh

uniforma

đồng phục

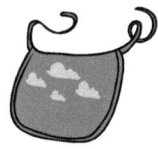

bryndák

yếm trẻ em

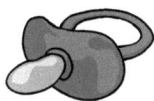

dudlík

ti giả

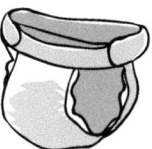

plena

tã lót

kancelář
văn phòng

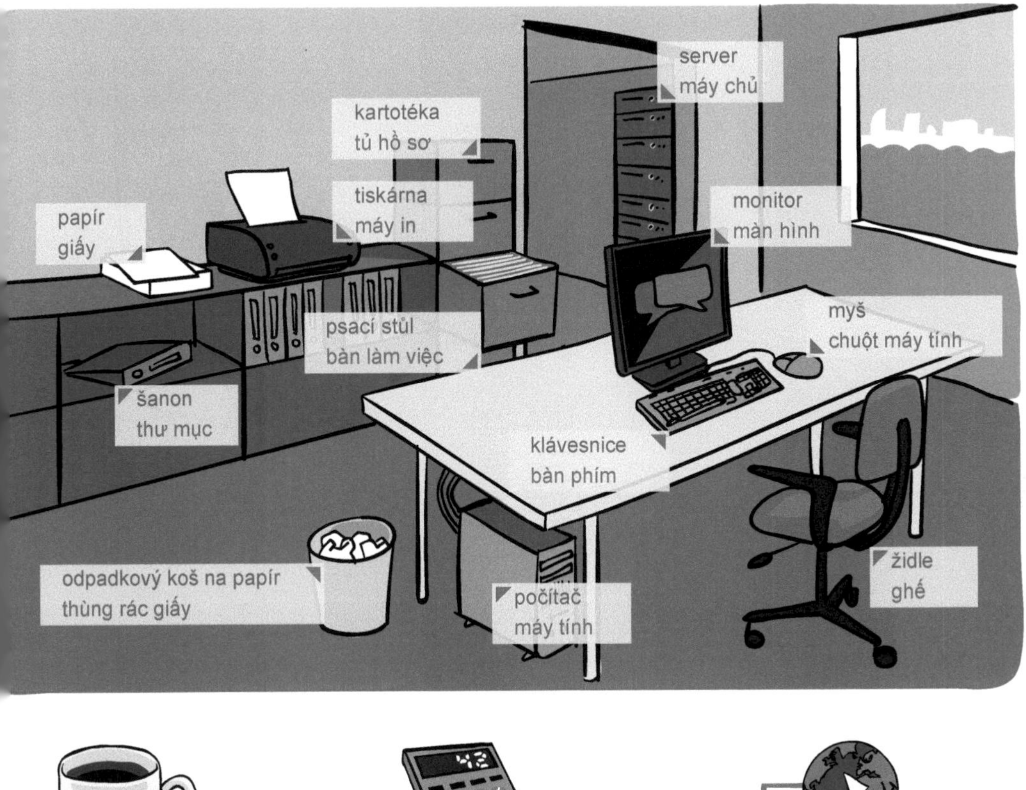

server
máy chủ
kartotéka
tủ hồ sơ
tiskárna
máy in
papír
giấy
monitor
màn hình
myš
chuột máy tính
psací stůl
bàn làm việc
šanon
thư mục
klávesnice
bàn phím
odpadkový koš na papír
thùng rác giấy
počítač
máy tính
židle
ghế

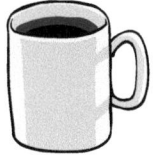

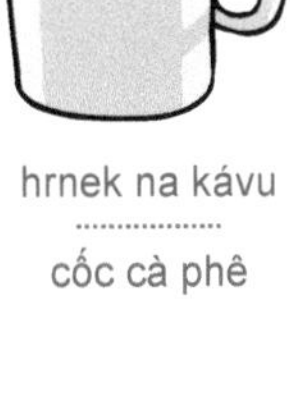

hrnek na kávu

cốc cà phê

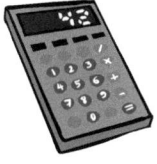

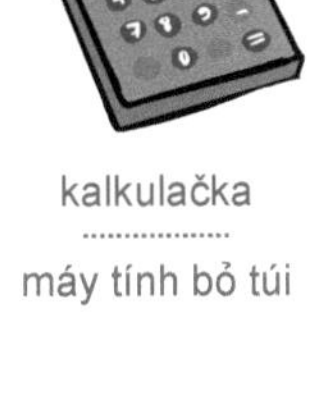

kalkulačka

máy tính bỏ túi

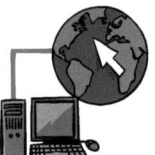

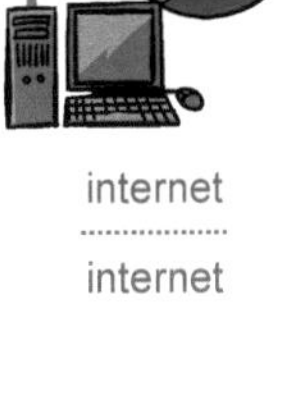

internet

internet

notebook

laptop

dopis

thư

zpráva

tin nhắn

mobil

điện thoại di động

síť

mạng

kopírka

máy photocopy

software

phần mềm

telefon

điện thoại

zásuvka

ổ cắm điện

fax

máy fax

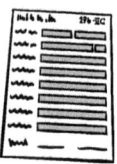

formulář

mẫu đơn

dokument

chứng từ

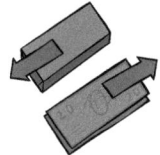

nakupovat

mua

zaplatit

trả tiền

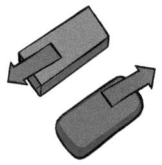

jednat

buôn bán

peníze

tiền

dolar

đô la

euro

Euro

jen

yên

rubl

rúp

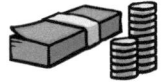

frank

franc Thụy Sĩ

juan

nhân dân tệ

rupie

rupi

bankomat

máy rút tiền tự động

směnárna

quầy đổi tiền

zlato

vàng

stříbro

bạc

olej

dầu

energie

năng lượng

cena

giá tiền

smlouva

hợp đồng

daň

thuế

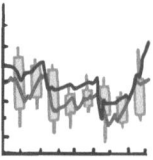

akcie

cổ phiếu

pracovat

làm việc

zaměstnanec

nhân viên

zaměstnavatel

chủ lao động

továrna

nhà máy

obchod

cửa hiệu

povolání
nghề nghiệp

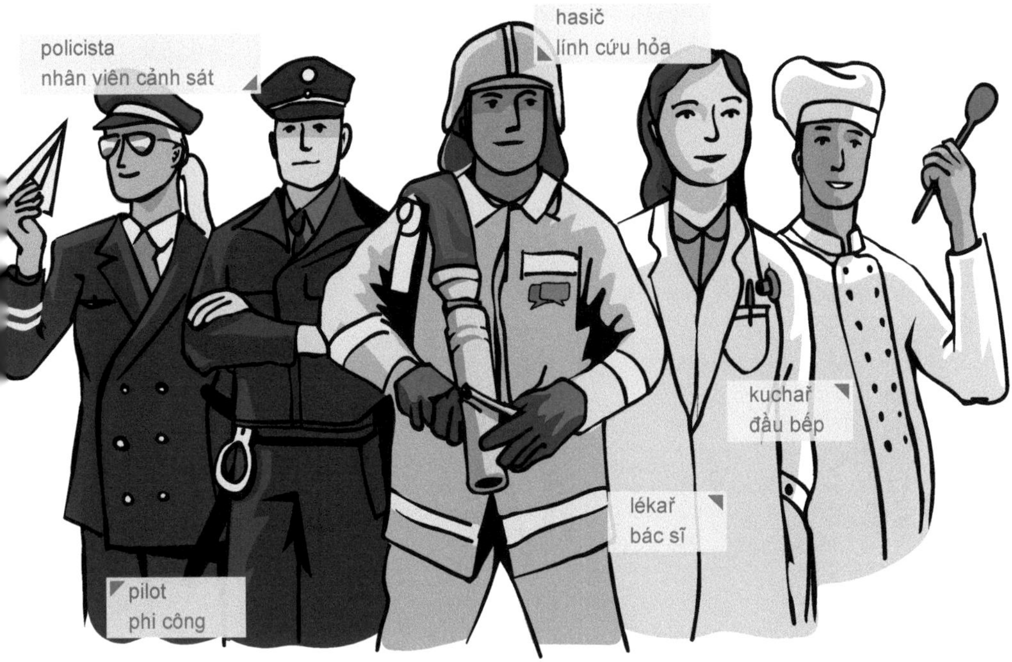

policista
nhân viên cảnh sát
hasič
lính cứu hỏa
kuchař
đầu bếp
lékař
bác sĩ
pilot
phi công

zahradník

người làm vườn

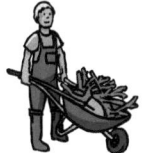

truhlář

thợ mộc

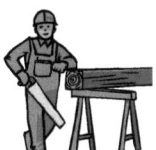

švadlena

thợ may

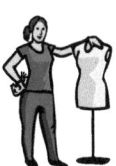

soudce

chánh án

chemik

nhà hóa học

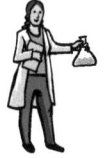

herec

diễn viên

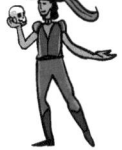

řidič autobusu

tài xế xe buýt

řidič taxi

người lái taxi

rybář

ngư dân

uklízečka

người lau dọn vệ sinh

pokrývač

thợ lợp mái nhà

číšník

bồi bàn

myslivec

thợ săn

malíř

họa sĩ

pekař

thợ làm bánh

elektrikář

thợ điện

stavební dělník

thợ xây dựng

inženýr

kỹ sư

řezník

người hàng thịt

klempíř

thợ sửa ống nước

listonoš

người đưa thư

voják

người lính

architekt

kiến trúc sư

pokladní

nhân viên thu ngân

florista

người bán hoa

kadeřník

thợ cắt tóc

průvodčí

nhân viên soát vé

mechanik

thợ cơ khí

kapitán

thuyền trưởng

zubař

nha sĩ

vědec

nhà khoa học

rabín

giáo sĩ Do thái

imám

lãnh tụ Hồi giáo

mnich

nhà sư

duchovní

mục sư

nářadí
dụng cụ

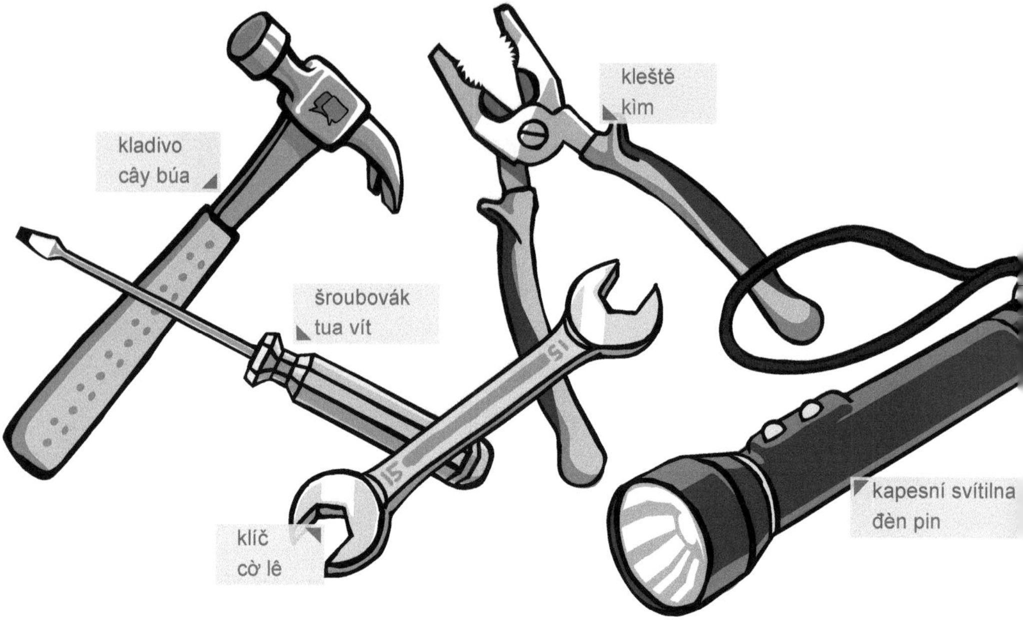
kladivo
cây búa
šroubovák
tua vít
kleště
kìm
klíč
cờ lê
kapesní svítilna
đèn pin

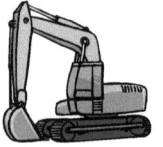

bagr

máy xúc đất

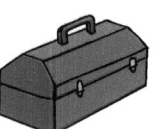

skříň na nářadí

hộp dụng cụ

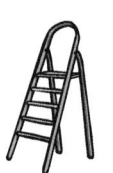

žebřík

cái thang

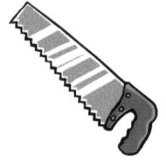

pila

cưa

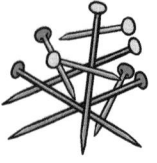

hřebíky

đinh

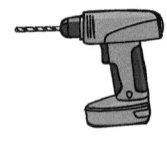

vrtačka

máy khoan

opravit

sửa chữa

lopata

cái xẻng

Kurva!

khốn nạn!

lopatka

cái hót rác

vědroé na barvu

thùng sơn

šrouby

vít

hudebni nástroje
nhạc cụ

reproduktor
loa

bicí
bộ trống

kontrabas
đàn công tra bát

trubka
kèn trompet

kytara
đàn ghi ta

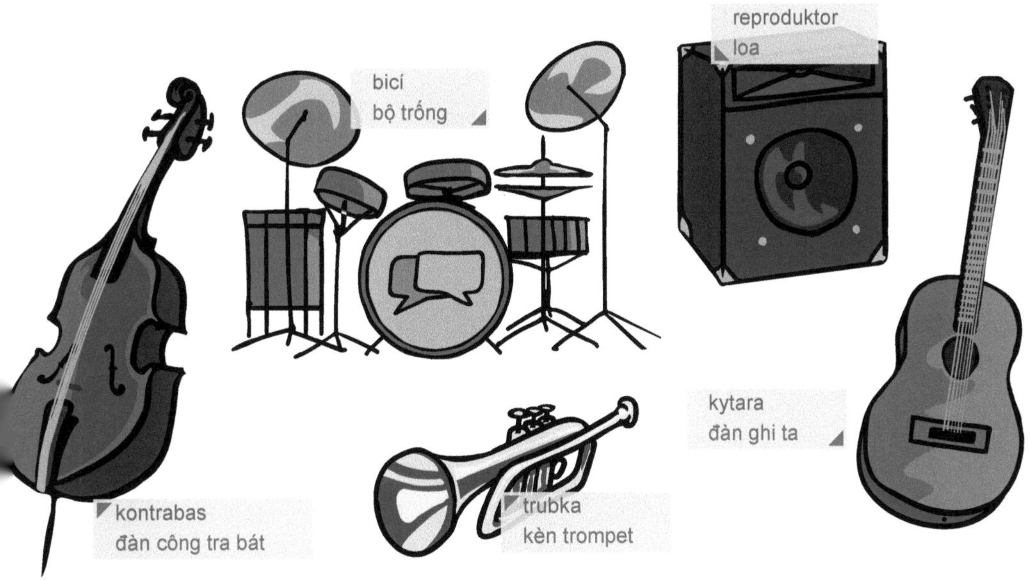

klavír

đàn piano

housle

đàn vĩ cầm

basa

ghi ta bass

tympán

trống định âm

bubny

trống

keyboard

đàn organ

saxofon

kèn Saxophone

flétna

sáo

mikrofon

micro

ZOO
vườn bách thú

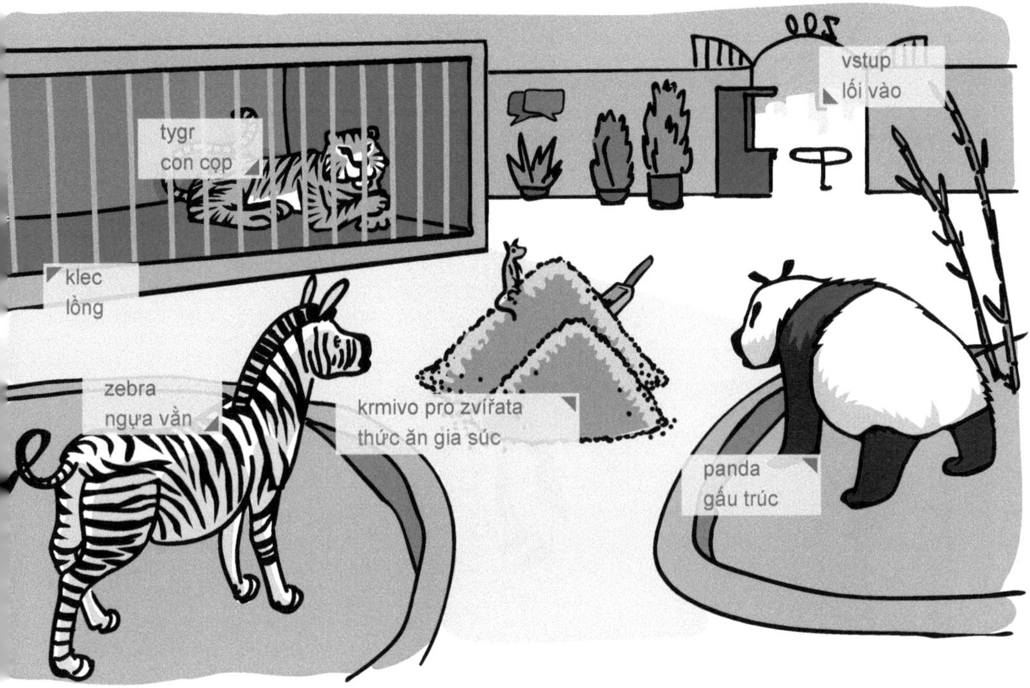

tygr
con cọp
vstup
lối vào
klec
lồng
zebra
ngựa vằn
krmivo pro zvířata
thức ăn gia súc
panda
gấu trúc

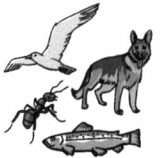

zvířata
động vật

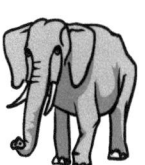

slon
con voi

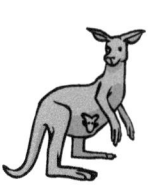

klokan
chuột túi

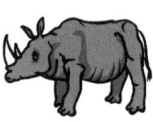

nosorožec
tê giác

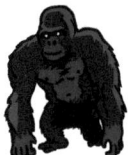

gorila
khỉ đột

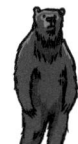

medvěd
con gấu

velbloud

lạc đà

pštros

đà điểu

lev

sư tử

opice

con khỉ

plameňák

hồng hạc

papoušek

con vẹt

lední medvěd

gấu bắc cực

tučňák

chim cánh cụt

žralok

cá mập

páv

con công

had

con rắn

krokodýl

cá sấu

ošetřovatel zvířat

người trông giữ vườn bách thú

tuleň

hải cẩu

jaguár

báo đốm

zoo - vườn bách thú

poník

ngựa lùn

leopard

con báo

hroch

hà mã

žirafa

hươu cao cổ

orel

đại bàng

divoké prase

heo rừng

ryby

cá

želva

con rùa

mrož

hải mã

liška

con cáo

gazela

linh dương

americký fotbal
bóng bầu dục Mỹ

cyklistika
đua xe đạp

tenis
quần vợt

košíková
bóng rổ

plavání
bơi

box
đấm bốc

lední hokej
khúc côn cầu trên băng

kopaná
bóng đá

badminton
cầu lông

lehká atletika
điền kinh

házená
bóng ném

běh na lyžích
trượt tuyết

vodní pólo
polo

aktivity
các hoạt động

skočit
nhảy
objímat
ôm
smát se
cười
jít
đi bộ
zpívat
ca hát
snít
mơ
modlit se
cầu nguyện
políbit
hôn

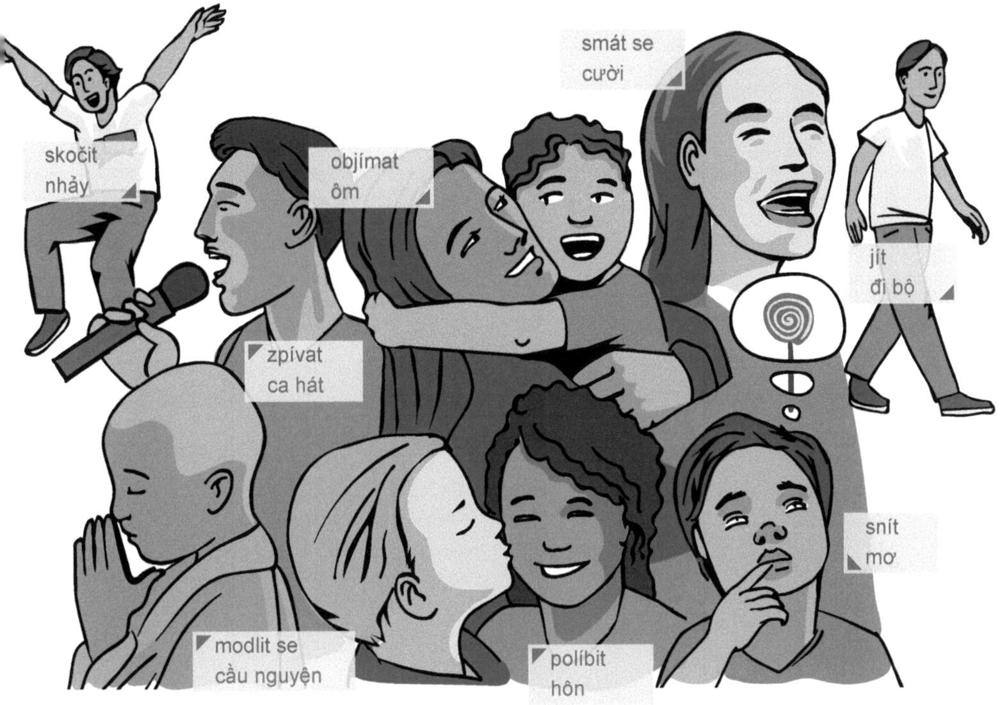

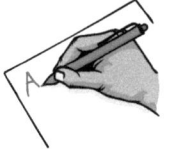

psát
viết

kreslit
vẽ

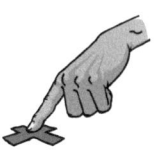

ukazovat
chỉ trỏ

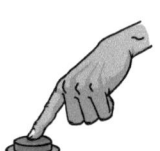

tlačit
đẩy

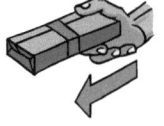

dát
cho

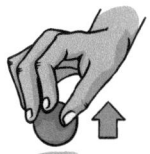

vzít si
lấy đi

mít
....
có

dělat
....
làm

být
....
thì / là

stát
....
đứng

běhat
....
chạy

táhnout
....
kéo

hodit
....
ném

padat
....
rơi

ležet
....
nằm

čekat
....
chờ đợi

nosit
....
mang vác

sedět
....
ngồi

oblékat
....
mặc quần áo

spát
....
ngủ

vzbudit se
....
thức dậy

prohlédnout si

xem

plakat

khóc

pohladit

vuốt ve

česat

chải

hovořit

nói chuyện

rozumět

hiểu

ptát se

câu hỏi

slyšet

nghe

pít

uống

jíst

ăn

uklidit

dọn dẹp

milovat

yêu

vařit

nấu nướng

jet

lái xe

letět

bay

plachtit

đi thuyền buồm

počítat

tính toán

číst

đọc

učit se

học

pracovat

làm việc

vzít si

cưới

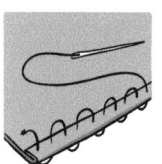

šít

khâu vá

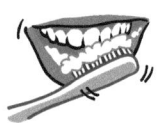

čistit si zuby

đánh răng

zabít

giết

kouřit

hút thuốc

poslat

gửi đi

rodina

gia đình

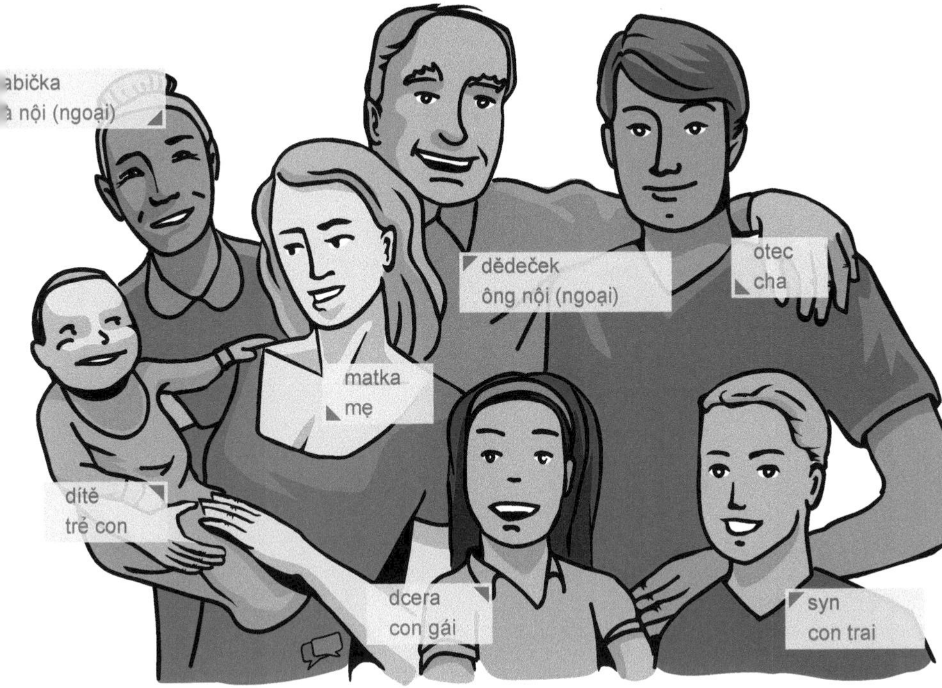
abička
à nội (ngoại)
dědeček
ông nội (ngoại)
otec
cha
matka
mẹ
dítě
trẻ con
dcera
con gái
syn
con trai

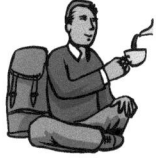

host

khách

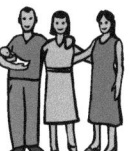

teta

cô (dì)

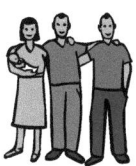

strýc

chú, bác (cậu)

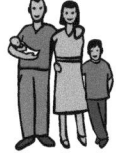

bratr

anh (em) trai

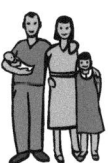

sestra

chị (em) gái

tělo
cơ thể

čelo
trán
oko
mắt
rameno
vai
prst
ngón tay
obličej
mặt
brada
cằm
ruka
bàn tay
dolní končetina
chân
hruď
ngực
paže
cánh tay

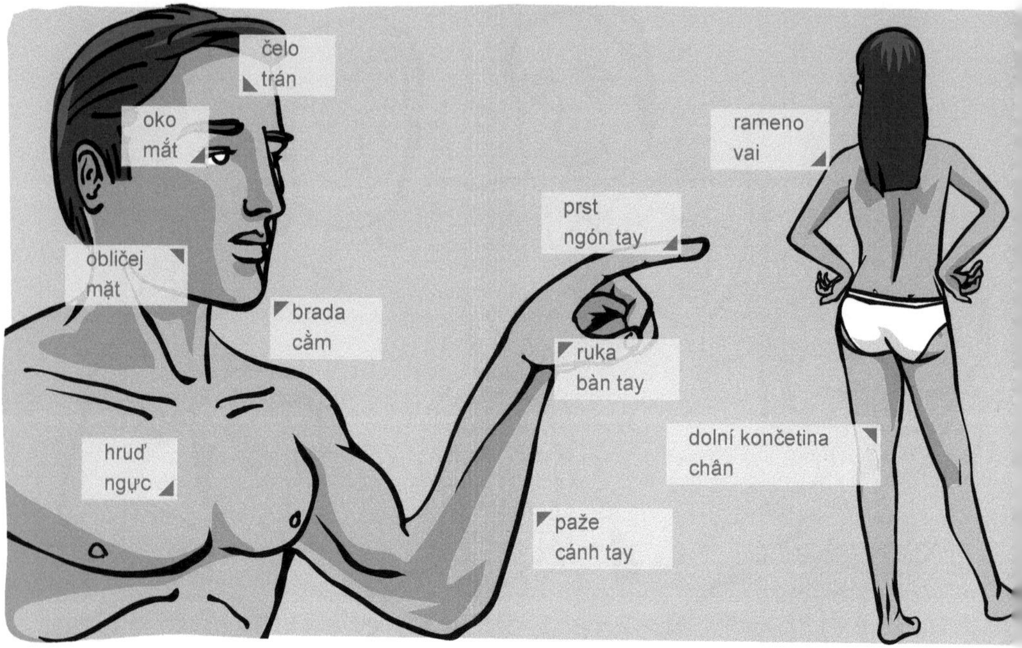

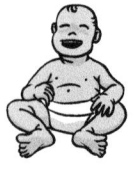

dítě
trẻ con

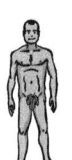

muž
đàn ông

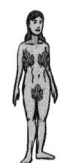

žena
phụ nữ

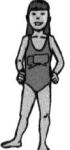

dívka
bé gái

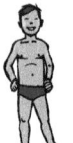

chlapec
bé trai

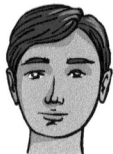

hlava
đầu

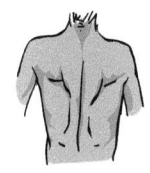

záda
lưng

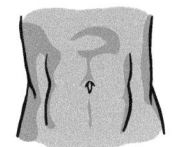

břicho
bụng

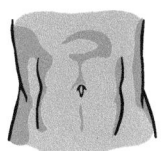

pupík
rốn

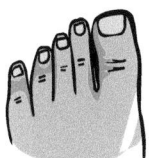

prst na noze
ngón chân

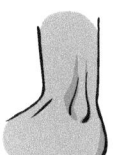

pata
gót chân

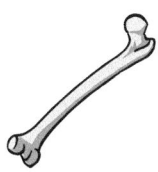

kost
xương

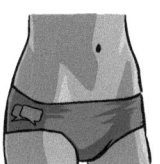

bok
hông

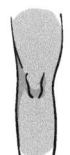

koleno
đầu gối

loket
khuỷu tay

nos
mũi

zadek
mông

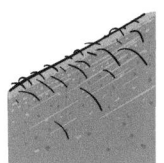

kůže
da

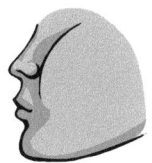

tvář
má

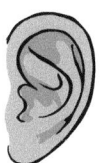

ucho
tai

ret
môi

ústa

miệng

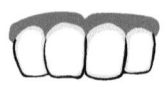

zub

răng

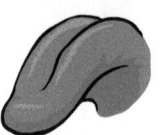

jazyk

lưỡi

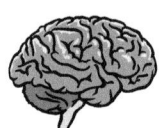

mozek

não

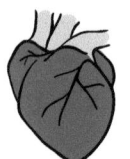

srdce

tim

sval

cơ bắp

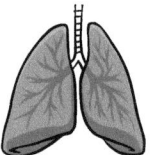

plíce

phổi

játra

gan

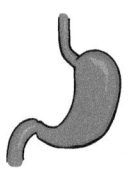

žaludek

dạ dày

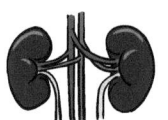

ledviny

thận

pohlavní styk

giao hợp

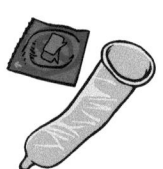

kondom

bao cao su

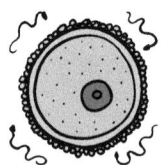

vajíčko

noãn

sperma

tinh dịch

těhotenství

mang thai

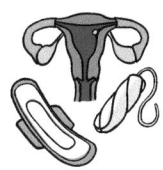

menstruace

kinh nguyệt

vagina

âm vật

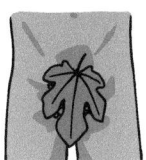

penis

dương vật

oboči

lông mày

vlasy

tóc

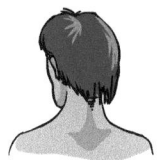

krk

cổ

nemocnice
bệnh viện

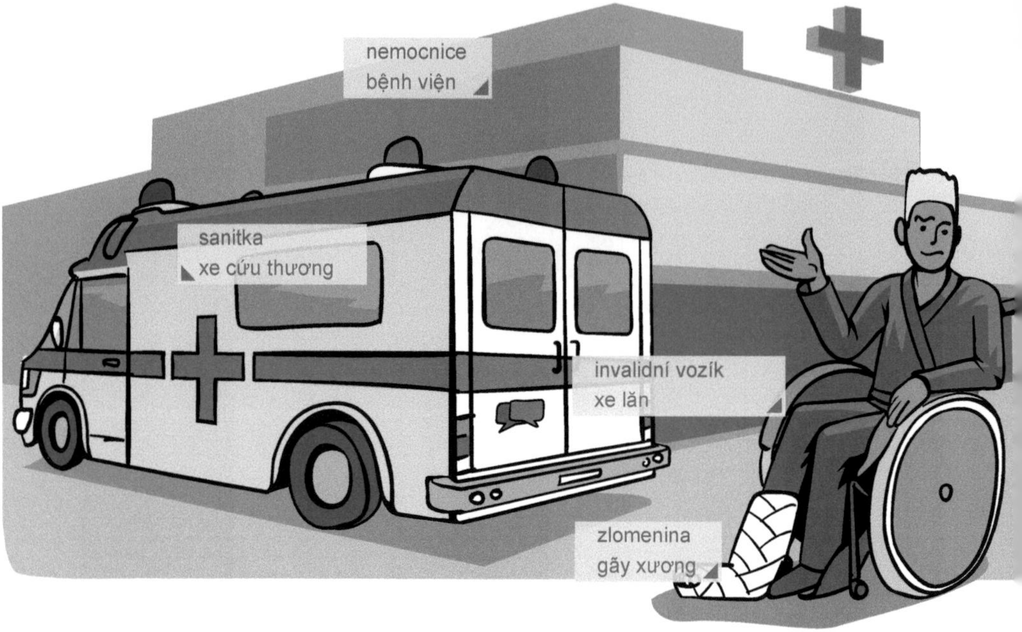

nemocnice
bệnh viện
sanitka
xe cứu thương
invalidní vozík
xe lăn
zlomenina
gãy xương

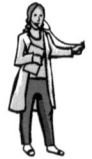

lékař

bác sĩ

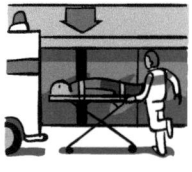

pohotovost

phòng cấp cứu

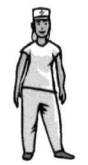

zdravotní sestra

y tá

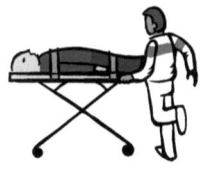

urgentní případ

cấp cứu

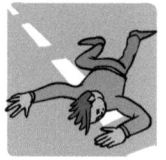

v bezvědomí

bất tỉnh

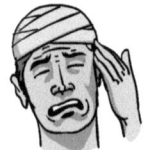

bolest

cơn đau

úraz
bị thương

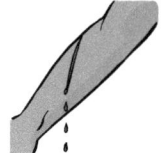

krvácení
chảy máu

infarkt myokardu
nhồi máu cơ tim

cévní mozková příhoda
đột quỵ

alergie
dị ứng

kašel
ho

horečka
sốt

chřipka
cúm

průjem
tiêu chảy

bolest hlavy
đau đầu

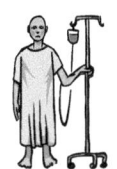

rakovina
ung thư

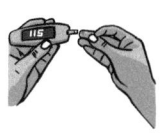

cukrovka
bệnh tiểu đường

chirurg
bác sĩ phẫu thuật

skalpel
dao mổ

operace
giải phẫu

CT

chụp cắt lớp

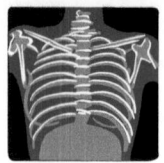

rentgen

chụp x-quang

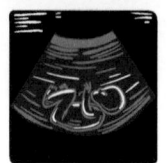

ultrazvuk

siêu âm

maska

mặt nạ

nemoc

bệnh

čekárna

phòng đợi

berle

cái nạng

náplast

băng dán vết thương

obvaz

băng bó

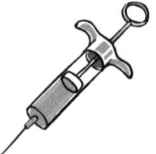

injekce

tiêm thuốc

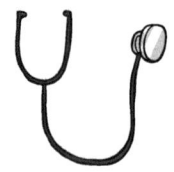

stetoskop

ống nghe khám bệnh

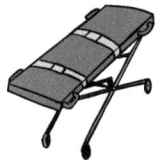

nosítka

băng ca

teploměr

nhiệt kế

porod

sinh đẻ

nadváha

thừa cân

naslouchátko

máy trợ thính

dezinfekční prostředek

chất khử trùng

infekce

nhiễm trùng

virus

vi rút

HIV / AIDS

HIV / AIDS

lékařství

thuốc

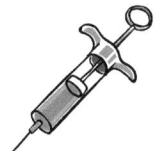

očkování

tiêm chủng

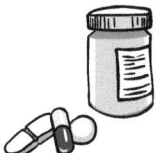

tablety

thuốc viên

pilulka

viên thuốc

tísňové volání

gọi cấp cứu

tonometr

máy đo huyết áp

nemocný / zdravý

bệnh / khỏe mạnh

nemocnice - bệnh viện

Pomoc!

cứu!

poplach

báo động

přepadení

cuộc đột kích

napadení

sự tấn công

nebezpečí

mối nguy hiểm

nouzový východ

lối thoát hiểm

Hoří!

cháy!

hasicí přístroj

bình chữa cháy

nehoda

tai nạn

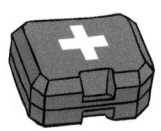

zdravotnická brašna

bộ dụng cụ sơ cứu

SOS

SOS

policie

cảnh sát

Evropa

châu Âu

Severní Amerika

Bắc Mỹ

Jižní Amerika

Nam Mỹ

Afrika

châu Phi

Asie

châu Á

Austrálie

châu Úc

Atlantik

Đại Tây Dương

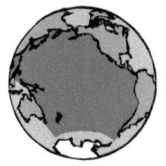

Pacifik

Thái Bình Dương

Indický oceán

Ấn Độ Dương

Jižní ledový oceán

Nam Cực Dương

Severní ledový oceán

Bắc Băng Dương

severní pól

bắc cực

jižní pól

nam cực

Antarktida

nam cực

země

trái đất

pevnina

đất liền

moře

biển

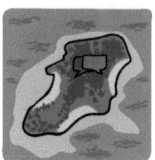

ostrov

đảo

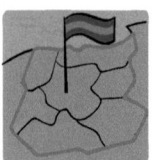

národ

quốc gia

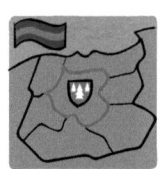

stát

nhà nước

ciferník

mặt đồng hồ

hodinová ručička

kim chỉ giờ

minutová ručička

kim chỉ phút

vteřinová ručička

kim chỉ giây

Kolik je hodin?

Bây giờ là mấy giờ?

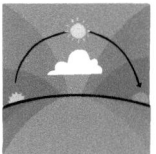

den

ngày

čas

thời gian

teď

bây giờ

digitální hodinky

đồng hồ điện tử

minuta

phút

hodina

giờ

týden
tuần lễ

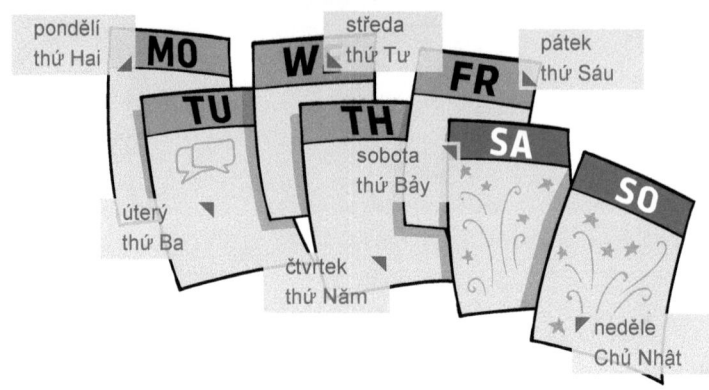

pondělí
thứ Hai

MO

TU

W středa
thứ Tư

TH

FR pátek
thứ Sáu

SA sobota
thứ Bảy

SO

úterý
thứ Ba

čtvrtek
thứ Năm

neděle
Chủ Nhật

včera

hôm qua

dnes

hôm nay

zítra

ngày mai

ráno

buổi sáng

poledne

buổi trưa

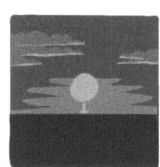

večer

buổi tối

MO	TU	WE	TH	FR	SA	SU
1	2	3	4	5	6	7
8	9	10	11	12	13	14
15	16	17	18	19	20	21
22	23	24	25	26	27	28
29	30	31	1	2	3	4

pracovní dny

ngày làm việc

MO	TU	WE	TH	FR	SA	SU
1	2	3	4	5	6	7
8	9	10	11	12	13	14
15	16	17	18	19	20	21
22	23	24	25	26	27	28
29	30	31	1	2	3	4

víkend

cuối tuần

rok
năm

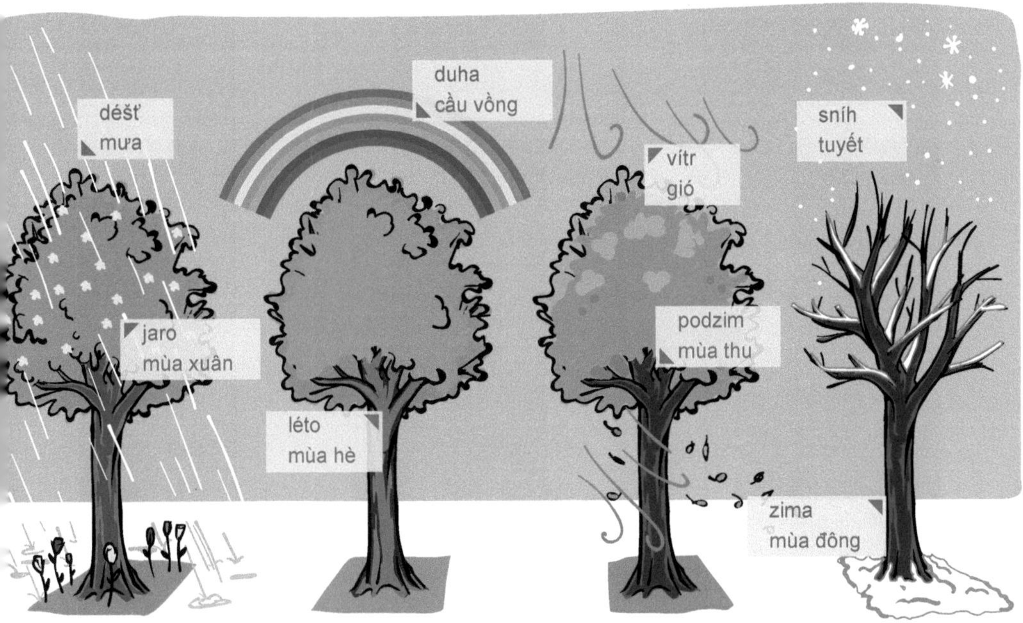

déšť
mưa
duha
cầu vồng
vítr
gió
sníh
tuyết
jaro
mùa xuân
podzim
mùa thu
léto
mùa hè
zima
mùa đông

4.APRIL 11°
5.APRIL 4°
6.APRIL 13°
7.APRIL 8°
8.APRIL 10°

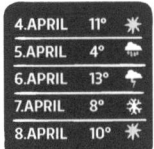

předpověď počasí

dự báo thời tiết

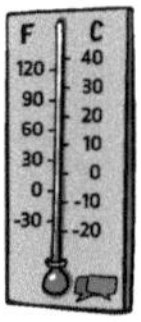

F C
120 40
90 30
60 20
30 10
0 0
-30 -10
-20

teploměr

nhiệt kế

sluneční svit

ánh nắng

mrak

mây

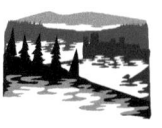

mlha

sương mù

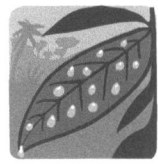

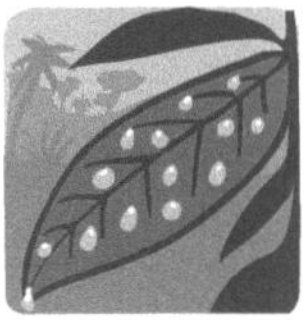

vlhkost

độ ẩm không khí

blesk

tia chớp

hrom

sấm sét

bouřka

cơn bão

kroupy

mưa đá

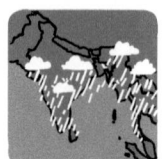

monzun

gió mùa

povodeň

lũ lụt

led

nước đá

leden

tháng Một

únor

tháng Hai

březen

tháng Ba

duben

tháng Tư

květen

tháng Năm

červen

tháng Sáu

červenec

tháng Bảy

srpen

tháng Tám

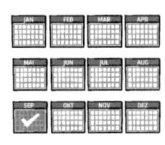

září
....
tháng Chín

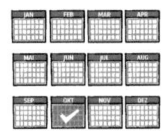

říjen
....
tháng Mười

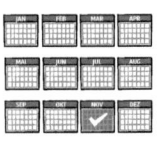

listopad
....
tháng Mười Một

prosinec
....
tháng Mười Hai

tvary
hình dạng

kruh
....
hình tròn

čtverec
....
hình vuông

obdélník
....
hình chữ nhật

trojúhelník
....
hình tam giác

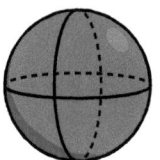

koule
....
hình cầu

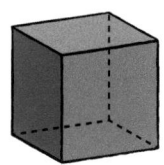

krychle
....
khối vuông

bílá
....
màu trắng

žlutá
....
màu vàng

oranžová
....
màu cam

růžová
....
màu hồng

červená
....
màu đỏ

fialová
....
màu tím

modrá
....
màu xanh dương

zelená
....
màu xanh lá cây

hnědá
....
màu nâu

šedá
....
màu xám

černá
....
màu đen

hodně / málo

nhiều / ít

rozzuřený / mírumilovný

tức tối / điềm tĩnh

krásný / ošklivý

xinh đẹp / xấu xí

začátek / konec

bắt đầu / kết thúc

velký / malý

to / nhỏ

světlý / tmavý

sáng / tối

bratr / sestra

anh (em) trai / chị (em) gái

čistý / špinavý

sạch / bẩn

úplný / neúplný

đủ / thiếu

den / noc

ngày / đêm

mrtvý / živý

chết / sống

široký / úzký

rộng / chật hẹp

jedlý / nejedlý

ăn được / không ăn được

zlý / hodný

ác / tử tế

vzrušený / znuděný

hào hứng / chán nản

tlustý / hubený

béo / gầy

nejdříve / naposledy

đầu tiên / cuối cùng

přítel / nepřítel

bạn / thù

plný / prázdný

đầy / rỗng

tvrdý / měkký

cứng / mềm

těžký / lehký

nặng / nhẹ

hlad / žízeň

đói / khát

nemocný / zdravý

bệnh / khỏe mạnh

ilegální / legální

bất hợp pháp / hợp pháp

inteligentní / hloupý

thông minh / ngu

vlevo / vpravo

trái / phải

blízko / daleko

gần / xa

nový / použitý
mới / cũ

nic / něco
không có gì cả / có cái gì đó

starý / mladý
già / trẻ

zapnutý / vypnutý
bật / tắc

otevřeno / zavřeno
mở / đóng

tichý / hlasitý
im lặng / ồn ào

bohatý / chudý
giàu / nghèo

správný / špatný
đúng / sai

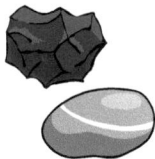

drsný / hladký
sần sùi / mịn màng

smutný / šťastný
buồn / vui

krátký / dlouhý
ngắn / dài

pomalý / rychlý
chậm / nhanh

vlhký / suchý
ẩm ướt / khô ráo

teplý / chladný
ấm áp / mát mẻ

válka / mír
chiến tranh / hòa bình

0

nula

số không

1

jedna

một

2

dva

hai

3

tři

ba

4

čtyři

bốn

5

pět

năm

6

šest

sáu

7

sedm

bảy

8

osm

tám

9

devět

chín

10

deset

mười

11

jedenáct

mười một

12

dvanáct

mười hai

13

třináct

mười ba

14

čtrnáct

mười bốn

15

patnáct

mười lăm

16

šestnáct

mười sáu

17

sedmnáct

mười bảy

18

osmnáct

mười tám

19

devatenáct

mười chín

20

dvacet

hai mươi

100

sto

một trăm

1.000

tisíc

một ngàn

1.000.000

milion

một triệu

angličtina

tiếng Anh

americká angličtina

tiếng Anh Mỹ

standardní čínština

tiếng Quan Thoại

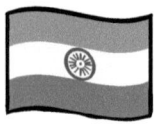

hindština

tiếng Hin-di

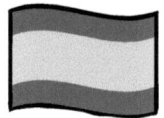

španělština

tiếng Tây Ban Nha

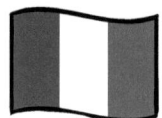

francouzština

tiếng Pháp

arabština

tiếng Ả-rập

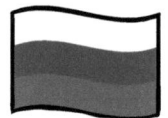

ruština

tiếng Nga

portugalština

tiếng Bồ Đào Nha

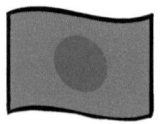

bengálština

tiếng Bengal

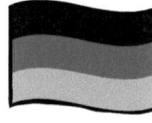

němčina

tiếng Đức

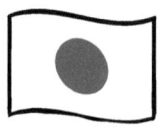

japonština

tiếng Nhật

já

tôi

ty

bạn

on / ona / ono

anh ta / cô ta / nó

my

chúng tôi

vy

các bạn

oni

họ

Kdo?

ai?

Co?

cái gì?

Jak?

như thế nào?

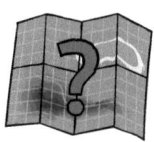

Kde?

ở đâu?

Kdy?

lúc nào?

jméno

tên

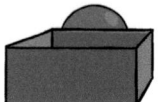

za
phía sau

do
ở trong

z
phía trước

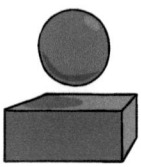

nad
phía trên

na
ở trên

mezi
ở dưới

vedle
bên cạnh

mezi
ở giữa

místo
chỗ